Hippocrene
CHILDREN'S
ILLUSTRATED
SWEDISH
DICTIONARY

ENGLISH · SWEDISH
SWEDISH · ENGLISH

Compiled and translated by the Editors of Hippocrene Books

Interior illustrations by S. Grant (24, 81, 88); J. Gress (page 10, 21, 24, 37, 46, 54, 59, 65, 72, 75, 77);
K. Migliorelli (page 13, 14, 18, 19, 20, 21, 22, 25, 31, 32, 37, 39, 40, 46, 47, 66, 71, 75, 76, 82, 86, 87);
B. Swidzinska (page 9, 11, 12, 13, 14, 16, 23, 27, 28, 30, 32, 33, 35, 37, 38, 41, 42, 45, 46, 47, 48, 49, 50,
52, 53, 56, 57, 58, 59, 60, 61, 62, 63, 66, 68, 69, 70, 71, 72, 73, 75, 77, 78, 79, 83), N. Zhukov (page 8, 13,
14, 17, 18, 23, 27, 29, 33, 34, 39, 40, 41, 52, 64, 65, 71, 72, 73, 78, 84, 86, 88).

Design, prepress, and production: Graafiset International, Inc.

Cataloging-in-Publication Data available from the Library of Congress.

ISBN 0-7818-0822-7 (Hardcover edition)
ISBN 0-7818-0850-2 (Paperback edition)

Printed in Hong Kong.

For information, address:
Hippocrene Books, Inc.
171 Madison Avenue
New York, NY 10016

INTRODUCTION

With their absorbent minds, infinite curiosities and excellent memories, children have enormous capacities to master many languages. All they need is exposure and encouragement.

The easiest way to learn a foreign language is to simulate the same natural method by which a child learns English. The natural technique is built on the concept that language is representational of concrete objects and ideas. The use of pictures and words are the natural way for children to begin to acquire a new language.

The concept of this Illustrated Dictionary is to allow children to build vocabulary and initial competency naturally. Looking at the pictorial content of the Dictionary and saying and matching the words in connection to the drawings gives children the opportunity to discover the foreign language and thus, a new way to communicate.

The drawings in the Dictionary are designed to capture children's imaginations and make the learning process interesting and entertaining, as children return to a word and picture repeatedly until they begin to recognize it.

The beautiful images and clear presentation make this dictionary a wonderful tool for unlocking your child's multilingual potential.

Deborah Dumont, M.A., M.Ed.,
Child Psychologist and Educational Consultant

Swedish Pronunciation

Letter(s)	Pronunciation system used
a	**ah** like the *a* in English 'art'
å	**oh** like the *o* in English 'forest'
ä	**ay** like the *a* or *ai* in English 'angry' or 'air'
ä	**e** as in English 'sell'
b	**b** as in English 'bent'
c	**s** as in English 'sick'
ch	**sh** as in English 'shoe'
d	**d** as in English 'day'
e	**eh** as in English 'bed' but longer *e* sound
e	**e** as in English 'leg'
f	**a** as in English 'father'
g	**g** as in English 'good'
g	**y** as in English 'yet'
h	**h** as in English 'home'
i	**i** as in English 'ring'
i	**ee** as in English 'green'
j	**y** as in English 'yet'
k	**k** as in English 'key'
l	**l** as in English 'leg'
m	**m** as in English 'meat'
n	**n** as in English 'no'
o	**o** like the short *o* in English 'pot'
o	**oh** like *au* in English 'haul'
o	**oo** as in English 'stool'
o	**uh** like the *o* in English 'today'
ö	**oe** like the *i* in English 'sir'
p	**p** as in English 'park'
q	**q** as in English 'quarter'
r	**r** as in English 'rat'
s	**s** as in English 'sun'
sj	**sh** in English 'shoe'
sk	" " "
sk	" " "
t	**t** as in English 'time'
u	**eu** like *ew* in English 'brew'
v	**v** as in English 'very'
y	**eu** like *ew* in English 'brew' but narrower

airplane   **(ett) flygplan**
(et) flewg-plahn

alligator   **(en) alligator**
(en) ul-li-gah-tor

alphabet   **(ett) alfabet**
(et) ul-fah-beht

antelope   **(en) antilop**
(en) un-ti-loop

antlers   **(ett) horn**
(et) hoo-rn

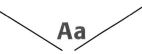

apple   **(ett) äpple**
(et) ep-leh

aquarium   **(ett) akvarium**
(et) uk-vah-ri-um

arch   **(en) båge**
(en) boh-gueh

arrow   **(en) pil**
(en) peel

autumn   **(en) höst**
(en) hoest

baby　　　**(ett) spädbarn**
(et) spehd-barn

backpack　　　**(en) ryggsäck**
(en) reug-sack

badger　　　**(en) grävling**
(en) grehv-ling

baker　　　**(en) bagare**
(en) bah-gah-reh

ball　　　**(en) boll**
(en) boll

balloon　　　**(en) ballong**
(en) bah-long

banana   **(en) banan**
(en) bah-nahn

barley   **(ett) korn**
(et) koorn

barrel   **(en) tunna**
(en) teun-nah

basket   **(en) korg**
(en) kor-iy

bat   **(en) fladdermus**
(en) flood-der-meus

beach   **(en) badstrand**
(en) bahd-strund

bear   **(en) björn**
(en) byoern

beaver   **(en) bäver**
(en) beh-ver

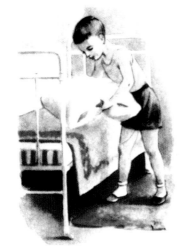

bed   **(en) säng**
(en) seng

bee   **(ett) bi**
(et) bee

beetle   **(en) skalbagge**
(en) skahl-bag-geh

bell   **(en) klocka**
(en) kloc-kah

belt   **(ett) bälte**
(et) belt-the

bench   **(en) bänk**
(en) benk

bicycle   **(en) cykel**
(en) cew-kel

binoculars   **(en) kikare**
(en) chih-kah-reh

bird   **(en) fågel**
(en) foh-gel

birdcage   **(en) fågelbur**
(en) foh-gel-beuhr

black   **svart**
svahrt

blocks   **klossar**
klohs-sar

blossom   **(en) blomma**
(en) blum-ma

blue   **blå**
bloh

boat   **(en) båt**
(en) boht

bone   **(ett) ben**
(et) behn

book   **(en) bok**
(en) bohk

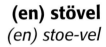

boot   **(en) stövel**
(en) stoe-vel

bottle   **(en) flaska**
(en) fluss-ka

bowl   **(en) skål**
(en) skohl

boy   **(en) pojke**
(en) poy-keh

bracelet   **(ett) armband**
(et) arm-bahnd

branch   **(en) kvist**
(en) kvist

bread   **(ett) bröd**
(et) broed

breakfast   **(en) frukost**
(en) frewk-kost

bridge   **(en) bro**
(en) bruh

broom   **(en) kvast**
(en) kvahst

brother   **(en) bror**
(en) bruhr

brown **brun**
brewn

brush **(en) borste**
(en) bors-teh

bucket **(ett) spann**
(et) spunn

bulletin board **(en) anslagstavla**
(en) un-slugs-tahv-la

bumblebee **(en) humla**
(en) heum-la

butterfly **(en) fjäril**
(en) fy-air-il

cab **(en) taxi**
(en) tuk-sih

cabbage **(en) kål**
(en) kohl

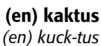

cactus **(en) kaktus**
(en) kuck-tus

café **(ett) kafé**
(et) cah-feh

cake **(en) tårta**
(en) tawr-ta

camel **(en) kamel**
(en) kah-mehl

camera   **(en) kamera**
(en) kah-me-ra

candle   **(ett) stearinljus**
(et) steh-ah-rihn-yeus

candy   **(en) karamell**
(en) kah-rah-mel

canoe   **(en) kanot**
(en) kah-noot

cap   **(en) mössa**
(en) moes-sa

captain   **(en) kapten**
(en) kahp-tehn

car   **(en) bil**
(en) beel

card   **(ett) kort**
(et) kourt

carpet   **(en) matta**
(en) maht-ta

carrot   **(en) morot**
(en) muu-ruut

(to) carry   **bära**
bare-ah

castle   **(ett) slott**
(et) slot

cat   **(en) katt**
(en) kut

cave   **(en) grotta**
(en) groht-ta

chair   **(en) stol**
(en) stool

cheese   **(en) ost**
(en) oost

cherry   **(ett) körsbär**
(et) choers-bayr

chimney   **(en) skorsten**
(en) skors-tehn

chocolate   **(en) choklad**
(en) shook-lahd

Christmas tree   **(en) julgran**
(en) yohl-grahn

circus   **(en) cirkus**
(en) sirr-kuhs

(to) climb   **klättra**
klayt-ra

cloud   **(ett) moln**
(et) mawln

clown   **(en) clown**
(en) clown

coach   **(en) vagn**
(en) vung-n

coat   **(en) kappa**
(en) cup-pa

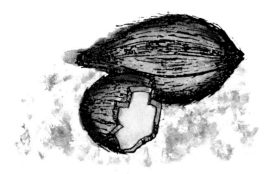

coconut   **(en) kokosnöt**
(en) kuh-kuhs-noet

comb   **(en) kam**
(en) kahmm

comforter   **(ett) täcke**
(et) tek-keh

compass   **(en) compass**
(en) kom-puss

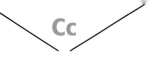

(to) cook　　　　　　**laga mat**
lah-ga maht

corn　　　　　　**(en) majs**
(en) mice

cork　　　　　　**kork**
(en) kork

cow　　　　　　**(en) ko**
(en) kooh

cracker　　　　　　**(ett) käx**
(et) chex

cradle　　　　　　**(en) vagga**
(en) vahg-ga

(to) crawl   **krypa**
krue-pa

(to) cross   **gå över (gatan)**
goh oe-ver gah-than

crown   **(en) krona**
(en) kruh-na

(to) cry   **gråta**
groh-ta

cucumber   **(en) gurka**
(en) gur-ka

curtain   **(en) gardin**
(en) gar-deen

(to) dance　　　　**dansa**
duns-sa

dandelion　　　　**(en) maskros**
(en) musk-roos

date　　　　**(ett) datum**
(et) dah-tum

deer　　　　**(en) hjort**
(en) yoort

desert　　　　**(en) öken**
(en) oe-ken

desk　　　　**(en) skolbänk**
(en) skuul-benk

dirty　　　　**smutsig**
smuht-sig

dog   **(en) hund**
(en) heund

doghouse   **(en) hundkoja**
(en) heund-koy-ya

doll   **(en) docka**
(en) dok-ka

dollhouse   **(ett) dockhus**
(et) dock-heus

dolphin   **(en) delfin**
(en) del-feen

donkey   **(en) åsna**
(en) ohs-na

dragon   **(en) drake**
(en) drah-keh

dragonfly   **(en) trollslända**
(en) trol-slen-da

(to) draw   **teckna**
teck-na

dress   **(en) klänning**
(en) klen-ning

(to) drink   **dricka**
drik-ka

drum   **(en) trumma**
(en) treum-ma

duck   **(en) and**
(en) und

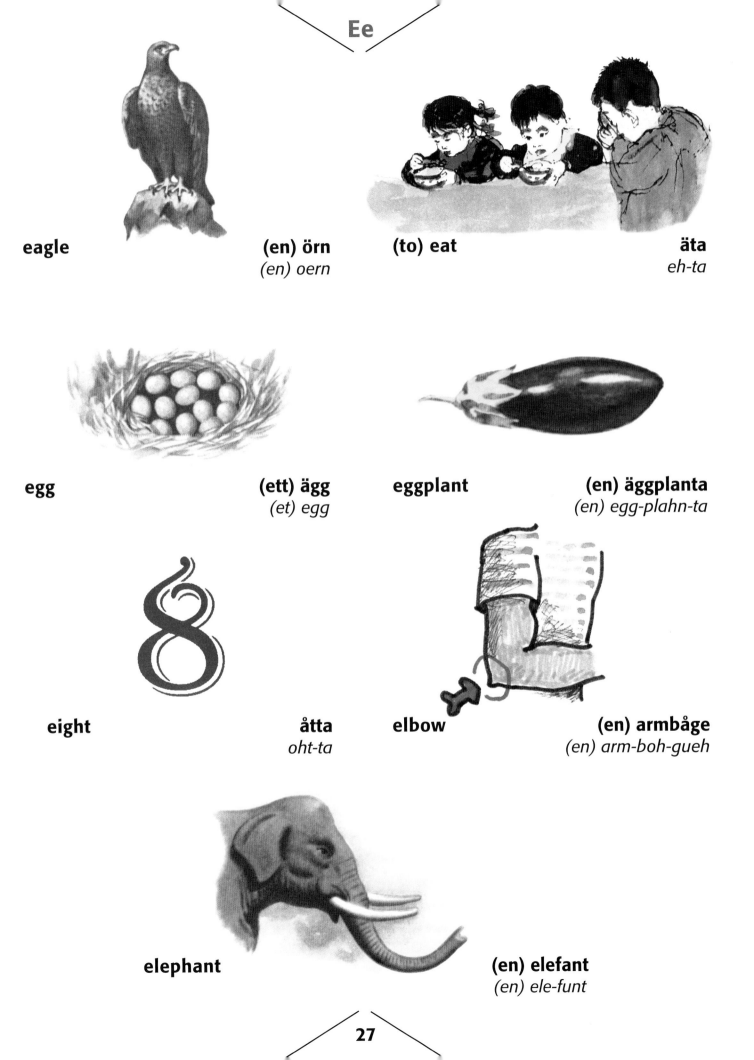

eagle   **(en) örn**
(en) oern

(to) eat   **äta**
eh-ta

egg   **(ett) ägg**
(et) egg

eggplant   **(en) äggplanta**
(en) egg-plahn-ta

eight   **åtta**
oht-ta

elbow   **(en) armbåge**
(en) arm-boh-gueh

elephant   **(en) elefant**
(en) ele-funt

empty   **tom**
tomb

engine   **(ett) lokomotiv**
(et) luh-kuh-muh-teev

envelope   **(ett) kuvert**
(et) keu-vayr

escalator   **(en) rulltrappa**
(en) reull-trahp-pa

Eskimo   **(en) eskimå**
(en) es-ki-mo

(to) explore   **utforska**
uut-for-ska

eye   **(ett) öga**
(et) oe-ga

face   **(ett) ansikte**
(et) an-sik-teh

fan   **(en) fläkt**
(en) flekt

father   **(en) far**
(en) fahr

fear   **(en) rädsla**
(en) red-sla

feather   **(en) fjäder**
(en) fyeh-der

(to) feed   **mata**
mah-ta

fence   **(ett) staket**
(et) stah-kayt

fern   **(en) ormbunke**
(en) urm-beun-keh

field   **(ett) fält**
(et) felt

field mouse   **(en) mus**
(en) meuhs

finger   **(ett) finger**
(et) fing-er

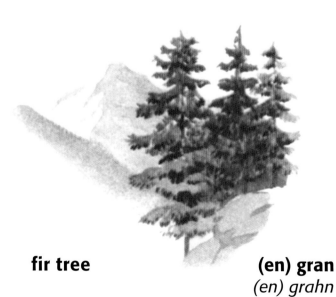

fir tree   **(en) gran**
(en) grahn

fire   **(en) brasa**
(en) brah-sa

fish   **(en) fisk**
(en) fisk

(to) fish   **fiska**
fis-ka

fist   **(en) knytnäve**
(en) ke-neut-neh-veh

five   **fem**
fem

flag   **(en) flagga**
(en) flahg-ga

flashlight   **(en) ficklampa**
(en) fik-lahm-pa

(to) float   **flyta**
fleuh-ta

flower   **(en) blomma**
(en) blum-ma

(to) fly   **flyga**
fleuh-ga

foot   **(en) fot**
(en) foot

fork   **(en) gaffel**
(en) guf-fel

fountain   **(en) springbrunn**
(en) spring-breunn

four **fyra**
feu-ra

fox

(en) räv
(en) rehv

frame **(en) ram**
(en) rahm

friend **(en) vän**
(en) ven

frog **(en) groda**
(en) gruh-da

fruit **(en) frukt**
(en) freukt

furniture **möbler**
moeb-ler

garden   **(en) trädgård**
(en) trayd-gord

gate   **(en) port**
(en) puhrt

(to) gather   **plocka**
plok-ka

geranium   **(en) pelargonia**
(en) peh-lar-guh-nih-a

giraffe   **(en) giraff**
(en) shi-ruff

girl   **(en) flicka**
(en) flik-ka

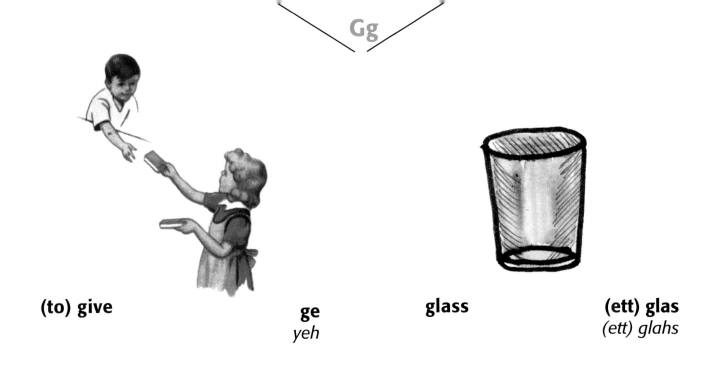

(to) give   **ge**
yeh

glass   **(ett) glas**
(ett) glahs

glasses   **glasögon**
glahs-oe-gon

globe   **(en) jordglob**
(en) yuhrd-gloob

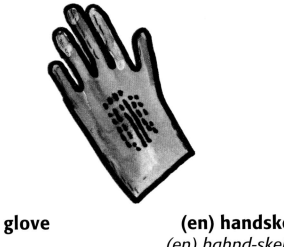

glove   **(en) handske**
(en) hahnd-skeh

goat   **(en) get**
(en) yeht

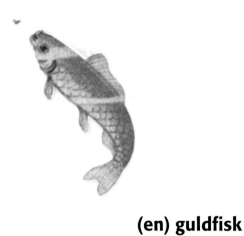

goldfish **(en) guldfisk**
geuld-fisk

"Good Night" **"gonatt"**
guh-nut

"Good-bye" **"farväl"**
far-vayl

goose **(en) gås**
(en) gohs

grandfather **(en) morfar; farfar**
(en) muhr-far; far-farv

grandmother **(en) mormor; farmor**
(en) muhr-muhr; far-muhr

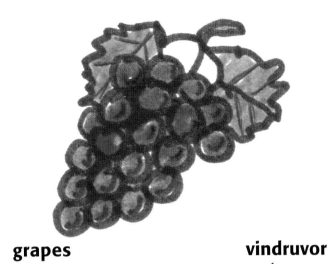

grapes   **vindruvor**
veen-dreu-vor

grasshopper   **(en) gräshoppa**
(en) grays-hop-pa

green   **grön**
groen

greenhouse   **(ett) växthus**
(et) vext-huhs

guitar   **(en) gitarr**
(en) yi-tarr

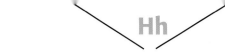

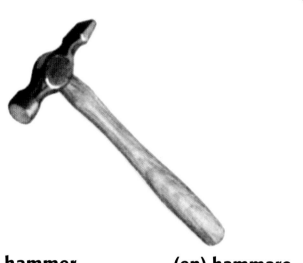

hammer **(en) hammare**
(en) hum-ma-reh

hammock **(en) hängmatta**
(en) heng-muht-ta

hamster **(en) hamster**
(en) hum-ster

hand **(en) hand**
(en) hahnd

handbag **(en) handväska**
(en) hahnd-ves-ka

handkerchief **(en) näsduk**
(en) nehs-dook

harvest (en) skörd
(en) shoerd

hat (en) hatt
(en) hut

hay (ett) hö
(et) hoeh

headdress (en) huvudbonad
(en) heu-veud-boo-nahd

heart (ett) hjärta
(et) yayr-ta

hedgehog (en) igelkott
(en) ee-guel-kot

hen **(en) höna**
(en) hoeh-na

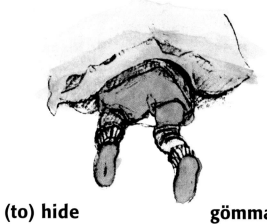

(to) hide **gömma sig**
yoem-ma say

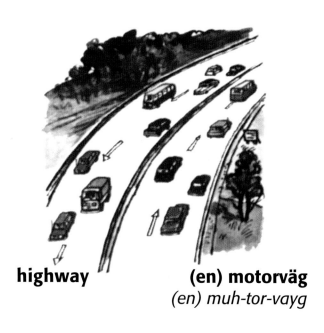

highway **(en) motorväg**
(en) muh-tor-vayg

honey **(en) honung**
(en) hoh-neung

horns **(ett) horn**
(et) huhrn

horse **(en) häst**
(en) hest

horseshoe   **(en) hästsko**
(en) hest-skoo

hourglass   **(ett) timglas**
(et) tim-glahs

house   **(ett) hus**
(et) huhs

(to) hug   **krama**
krah-ma

hydrant   **(en) vattenpost**
(en) vaht-ten-pohst

ice cream

(en) glass
(en) gluss

ice cubes

(en) isbit
(en) ease-beet

ice-skating

(en) skridskoåkning
(en)skreed-skuh-ohk-ning

instrument

(ett) instrument
(et) in-strew-ment

iris

(en) iris
(en) ee-ris

iron

(ett) strykjärn
(et) streuk-yayrn

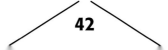

island

(en) holme
(en) holl-meh

jacket   **(en) jacka**
(en) yak-ka

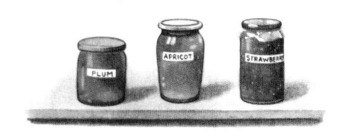

jam   **(en) sylt**
(en) seult

jigsaw puzzle   **(ett) pussel**
(et) peus-sel

jockey   **(en) jockej**
(en) yok-kay

juggler   **(en) jonglör**
(en) yong-loer

(to) jump   **hoppa**
hop-pa

kangaroo **(en) känguru**
(en) keng-eu-reu

key **(en) nyckel**
(en) neuk-kel

kitten **(en) kattunge**
(en) cut-eung-eh

knife **(en) kniv**
(en) ke-neev

knight **(en) riddare**
(en) rid-dah-reh

(to) knit **sticka**
stik-ka

knot **(en) knut**
(en) ke-neut

koala bear **(en) koalabjörn**
(en) ko-al-a-byoern

ladder **(en) stege**
(en) steh-gue

ladybug **(en) nyckelpiga**
(en) neuk-kel-pee-ga

lamb **(ett) lamm**
(et) lahmm

lamp **(en) lampa**
(en) lahm-pa

(to) lap **lapa**
lah-pa

laughter **(ett) skratt**
(et) skraht

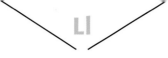

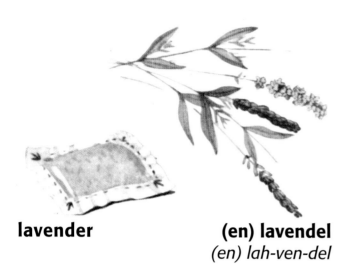

lavender　　　　　　**(en) lavendel**
(en) lah-ven-del

lawn mower　　　　**(en) gräsklippare**
(en) grays-klip-pah-reh

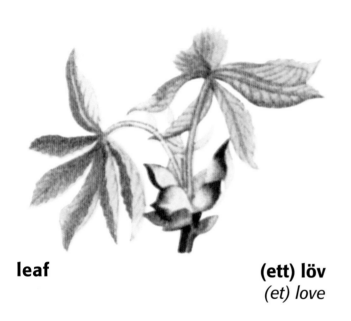

leaf　　　　　　**(ett) löv**
(et) love

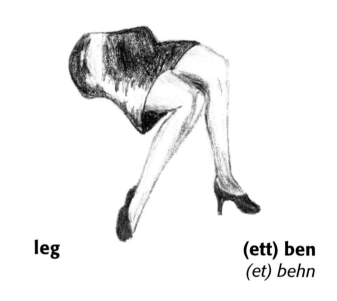

leg　　　　　　**(ett) ben**
(et) behn

lemon　　　　**(en) citron**
(en) sit-roon

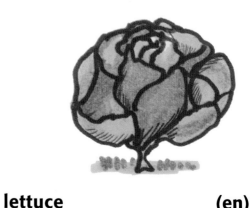

lettuce　　　　**(en) sallad**
(en) sahl-lahd

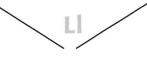

lightbulb   **(en) glödlampa**
(en) gloed-lum-pa

lighthouse   **(en) fyr**
(en) feuhr

lilac   **(en) syren**
(en) seu-rehn

lion   **(ett) lejon**
(et) ley-yon

(to) listen   **lyssna**
leyss-na

lobster   **(en) hummer**
(en) heum-mayr

lock **(ett) lås**
(et) lohs

lovebird **(en) turturduva**
(en) teur-teur-deu-va

luggage **(ett) baggage**
(et) bug-gahsh

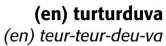

lumberjack **(en) timmerhuggare**
(en) tim-mer-heug-gah-reh

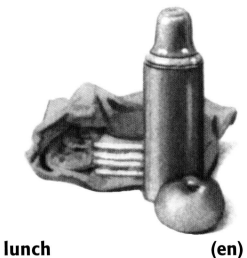

lunch **(en) lunch**
(en) leunsh

lynx **(ett) lodjur**
(et) loo-yeuhr

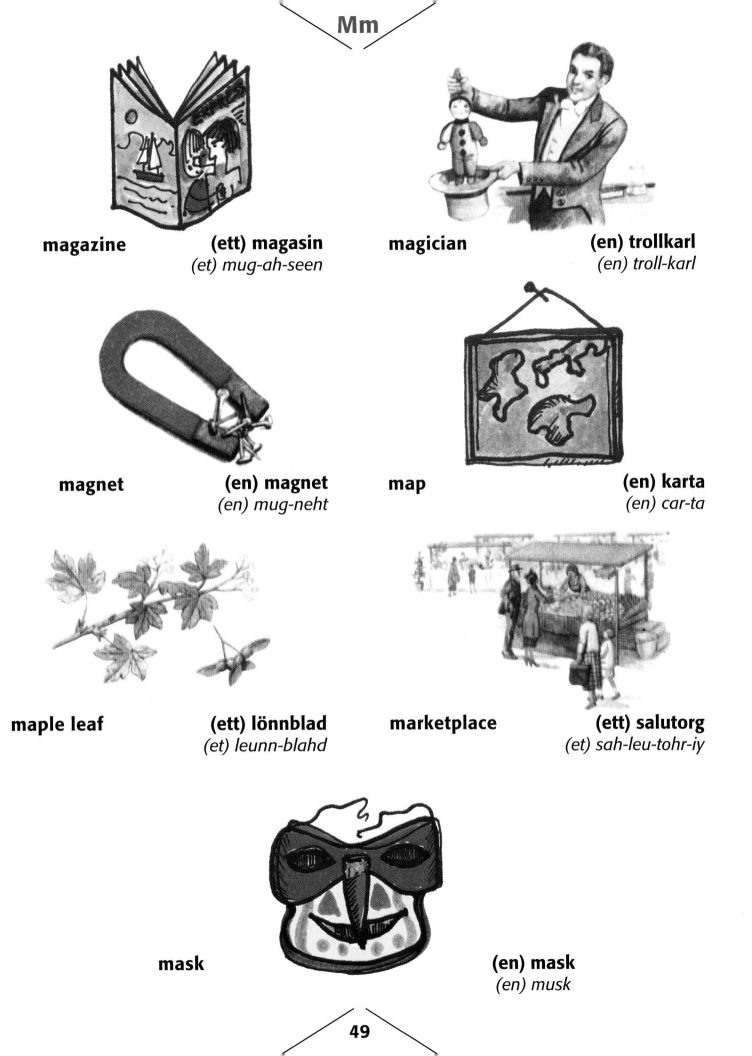

magazine   **(ett) magasin**
(et) mug-ah-seen

magician   **(en) trollkarl**
(en) troll-karl

magnet   **(en) magnet**
(en) mug-neht

map   **(en) karta**
(en) car-ta

maple leaf   **(ett) lönnblad**
(et) leunn-blahd

marketplace   **(ett) salutorg**
(et) sah-leu-tohr-iy

mask   **(en) mask**
(en) musk

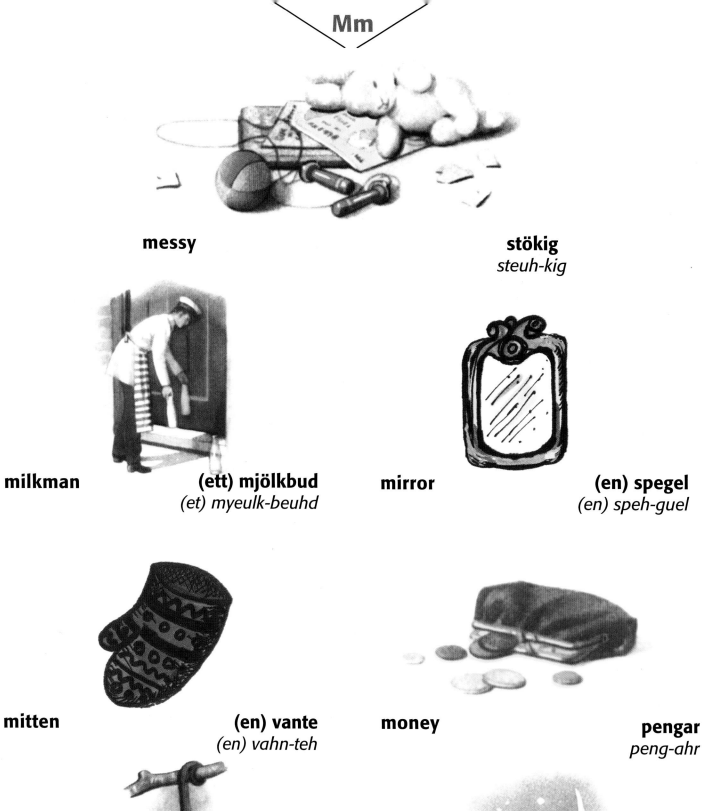

messy

stökig
steuh-kig

milkman

(ett) mjölkbud
(et) myeulk-beuhd

mirror

(en) spegel
(en) speh-guel

mitten

(en) vante
(en) vahn-teh

money

pengar
peng-ahr

monkey

(en) apa
(en) ah-pa

moon

(en) måne
(en) moh-neh

mother   **(en) mor**
(en) muhr

mountain   **(ett) berg**
(et) bare-iy

mouse   **(en) mus**
(en) meuhs

mouth   **(en) mun**
(en) meun

mushroom   **(en) svamp**
(en) svump

music   **(en) musik**
(en) meuh-seek

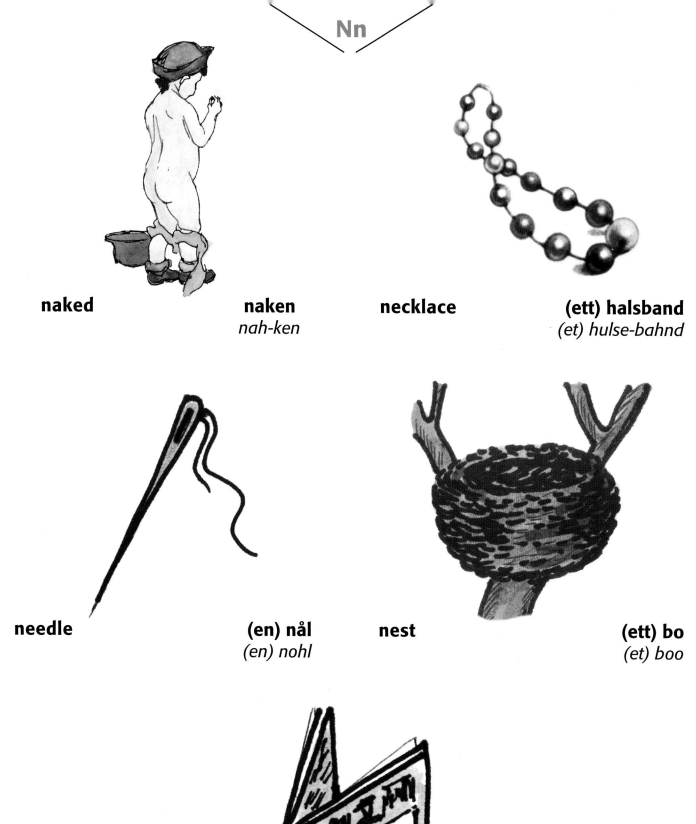

naked   **naken**
             nah-ken

necklace   **(ett) halsband**
                 (et) hulse-bahnd

needle   **(en) nål**
               (en) nohl

nest   **(ett) bo**
             (et) boo

newspaper   **(en) tidning**
                  (en) teed-ning

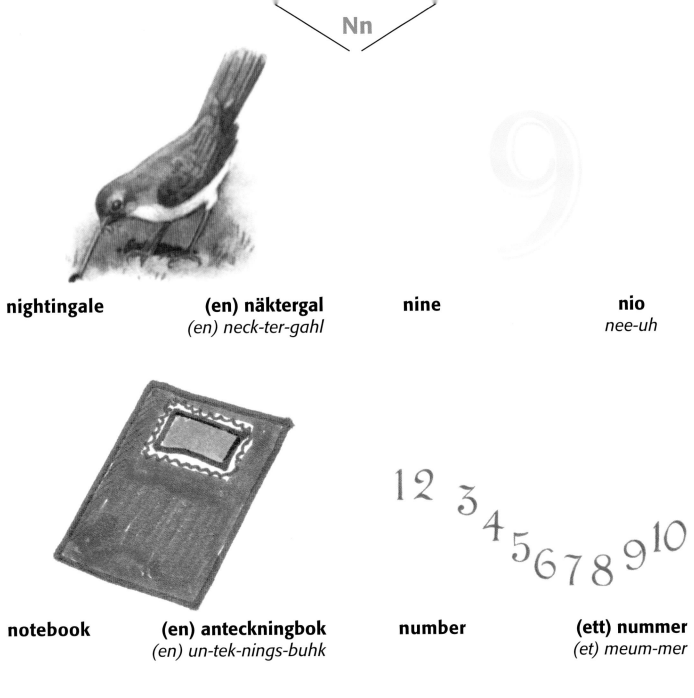

nightingale	**nine**
(en) näktergal	**nio**
(en) neck-ter-gahl	*nee-uh*
notebook	**number**
(en) anteckningbok	**(ett) nummer**
(en) un-tek-nings-buhk	*(et) meum-mer*

nut

(en) nöt

(en) noeht

oar   **(en) åra**
(en) ooh-ra

ocean liner   **(en) oceanångare**
(en) uh-seh-ahn-ohng-ah-reh

old   **gammal**
gum-mahl

one   **en, ett**
ehn, et

onion   **(en) lök**
(en) loehk

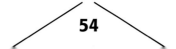

open **öppen**
oep-pen

orange **(en) apelsin**
(en) up-pel-seen

ostrich **(en) struts**
(en) streuts

owl **(en) uggla**
(en) eugh-la

ox **(en) oxe**
(en) uhk-seh

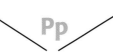

padlock **(ett) hänglås**
(et) heng-lohs

paint **(en) färg**
(en) fare-iy

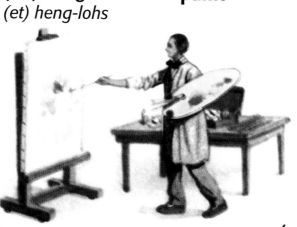

painter

(en) målare
(en) moh-lah-reh

pajamas **(en) pyjamas**
(en) pey-yah-mas

palm tree **(en) palm**
(en) pulm

paper **(ett) papper**
(et) pup-per

parachute **(en) fallskärm**
(en) fahll-shayrm

park　　　　　　　　　　　　　　**(en) park**
(en) pahrk

parrot　　　　　　**(en) papegoja**
(en) pah-peh-goya

passport　　　　　　**(ett) pass**
(et) puss

patch　　　　　　**(en) lapp**
(en) lahpp

path　　　　　　**(en) stig**
(en) steeg

peach　　　　　　**(en) persika**
(en) payr-sih-ka

pear　　　　　　**(ett) päron**
(et) pair-ohn

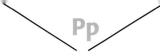

pebble   **(en) kiselsten**
(en) chih-sel-stehn

(to) peck   **plocka**
plohk-ka

(to) peel   **skala**
skah-la

pelican   **(en) pelikan**
(en) pe-lee-kahn

pencil   **(en) blyertspenna**
(en) bley-ayrts-pen-na

penguin   **(en) pingvin**
(en) ping-veen

people   **(ett) folk**
(et) follk

piano **(ett) piano**
(et) piano

pickle **(en) saltgurka**
(en) shalt-guer-ka

pie **(en) paj**
(en) pie

pig **(en) gris**
(en) grees

pigeon **(en) duva**
(en) deuh-va

pillow **(en) dyna**
(en) deuh-na

pin **(en) knappnål**
(en) ke-nahp-nohl

pine　　　　**(en) tall**
(en) tahll

pineapple　　　　**(en) ananas**
(en) ah-nah-nahs

pit　　　　**(en) kärna**
(en) chayr-na

pitcher　　　　**(en) tillbringare**
(en) till-bring-ah-reh

plate　　　　**(en) tallrik**
(en) tahll-rik

platypus　　　　**(ett) näbbdjur**
(et) neb-yeuhr

(to) play   **leka**
                       leh-ka

plum   **(ett) plommon**
                  (et) pluhm-mohn

polar bear   **(en) isbjörn**
                        (en) ease-byoern

pony   **(en) ponny**
                  (en) pon-ney

pot   **(en) panna**
                 (en) pun-na

potato   **(en) potatis**
                    (en) puh-tah-tis

(to) pour **hälla**
hell-la

present **(en) gåva**
(en) goh-va

(to) pull **dra**
drah

pumpkin **(en) pumpa**
(en) peump-pa

Qq

puppy **(en) hundvalp**
(en) heund-vahlp

queen **(en) drottning**
(en) drohtt-ning

rabbit

(en) kanin
(en) kah-neen

raccoon

(en) tvättbjörn
(en) tvet-byoern

racket

(en) racket
(en) rahk-ket

radio

(en) radio
(en) rah-dio

radish

(en) rädisa
(en) reh-dee-sa

raft **(en) gummibåt** **rain** **(ett) regn**
(en) geum-mih-boht *(et) reng-n*

rainbow **(en) regnbåge**
(en) reng-n-boh-geh

raincoat **(en) regnrock** **raspberry** **(ett) hallon**
(en) reng-n-rock *(et) hull-on*

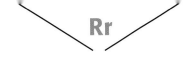

(to) read   **läsa**
leh-sa

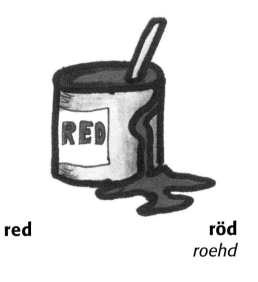

red   **röd**
roehd

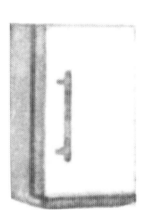

refrigerator   **(ett) kylskåp**
(et) cheyhl-skawp

rhinoceros   **(en) noshörning**
(en) noos-hoer-ning

ring   **(en) ring**
(en) ring

(to) ring **ringa**
ring-ah

river **(en) flod**
(en) fluhd

road **(en) väg**
(en) vayg

rocket **(en) raket**
(en) rah-keht

roof **(ett) tak**
(et) tawk

rooster **(en) tupp**
(en) teupp

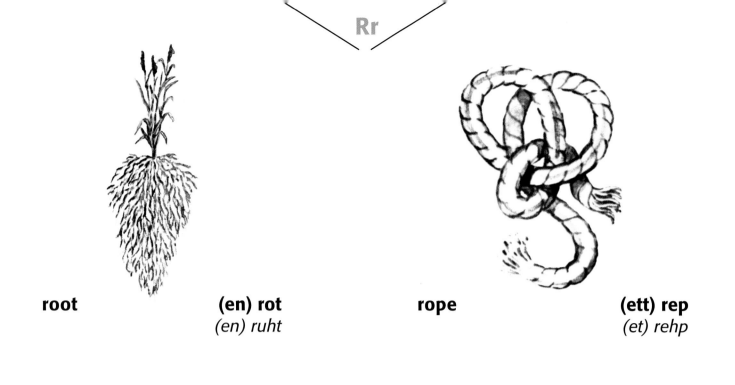

root   **(en) rot**
(en) ruht

rope   **(ett) rep**
(et) rehp

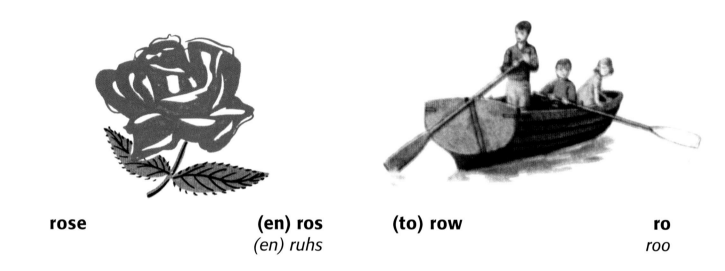

rose   **(en) ros**
(en) ruhs

(to) row   **ro**
roo

ruler   **(en) linjal**
(en) lin-yahl

(to) run   **springa**
spring-ah

safety pin **(en) säkerhetsnål**
(en) sayh-ker-hehts-nohl

(to) sail **segla**
sehg-la

sailor **(en) matros**
(en) maht-roos

salt **(ett) salt**
(et) sahlt

scarf **(en) halsduk**
(en) hulse-deuhk

school **(en) skola**
(en) school-ah

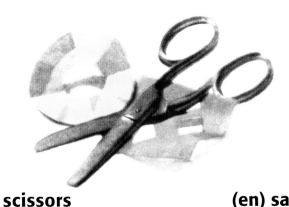

scissors **(en) sax**
(en) sucks

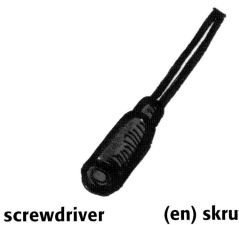

screwdriver **(en) skruvmejsel**
(en) skrewv-mey-sel

seagull **(en) fiskmås**
(en) fisk-mohs

seesaw **(en) gungbräda**
(en) geung-bray-da

seven **sju**
shoe

(to) sew **sy**
seuh

shark **(en) haj**
(en) hi

sheep **(ett) får**
(et) fohr

shell **(ett) skal**
(et) skahl

shepherd **(en) herde**
(en) hayr-deh

ship **(ett) skepp**
(et) shep

shirt **(en) skjorta**
(en) shoor-ta

shoe **(en) sko**
(en) skoo

shovel **(en) skyffel**
(en) sheuf-fel

(to) show **visa**
vee-sa

shower **(en) dusch**
(en) deush

shutter **(en) fönsterlucka**
(en) foen-stayr-leuk-ka

sick **sjuk**
sheuhk

sieve **(en) sil**
(en) seal

(to) sing

sjunga
sheung-ah

(to) sit **sitta**
sit-tah

six **sex**
sex

sled **(en) kälke**
(en) chel-keh

(to) sleep **sova**
soh-va

small **liten**
lee-ten

smile **(ett) leende**
(et) leh-en-deh

snail **(en) snigel**
(en) snih-guel

snake **(en) orm**
(en) uhrm

snow **(en) snö**
(en) sneuh

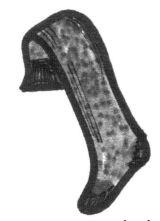

sock **(en) strumpa**
(en) streum-pa

sofa   **(en) soffa**
(en) sof-fa

sparrow   **(en) sparv**
(en) sparv

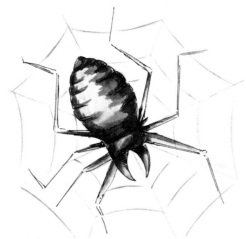

spider   **(en) spindel**
(en) spin-del

spiderweb   **(ett) spindelnät**
(et) spin-del-neht

spoon   **(en) sked**
(en) shehd

squirrel   **(en) ekorre**
(en) ek-ohr-reh

stairs   **(en) trappa**
(en) trahp-pa

stamp   **(ett) frimärke**
(et) free-mayr-keh

starfish   **(en) sjöstjärna**
(en) shoe-shayr-na

stork   **(en) stork**
(en) storck

stove   **(en) spis**
(en) spees

strawberry   **(en) jordgubbe**
(en) yoord-geub-beh

subway

(en) tunnelbana
(en) teun-nel-bah-na

sugar cube

(en) sockerbit
(en) soc-cer-beat

sun

(en) sol
(en) sool

sunflower

(en) solros
(en) sool-roos

sweater

(en) ylletröja
(en) eul-leh-troey-ah

(to) sweep

sopa
soo-pa

swing

(en) gunga
(en) geung-ah

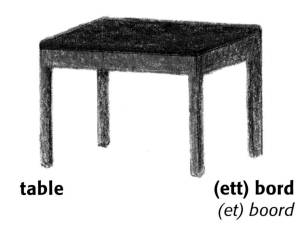

table   **(ett) bord**
(et) boord

teapot   **(en) tekanna**
(en) the-kahn-na

teddy bear   **(en) teddybjörn**
(en) ted-deu-byoern

television   **(en) television**
(en) tele-vi-shoon

10

ten   **tio**
tee-uh

tent   **(ett) tält**
(et) telt

theater **(en) teater**
(en) teh-ah-ter

thimble **(en) fingerborg**
(en) fing-er-bor-iy

(to) think **tänka**
teng-ka

three **tre**
treh

tie **(en) slips**
(en) slips

(to) tie **knyta**
ke-neuh-ta

tiger   **(en) tiger**
(en) tee-guer

toaster   **(en) brödrost**
(en) broed-rohst

tomato   **(en) tomat**
(en) to- maht

toucan   **(en) tukanen**
(en) teuh-kah-nen

towel   **(en) handduk**
(en) hahnd-deuhk

tower   **(ett) torn**
(et) toorn

toy box   **(en) leksakslåda**
(en) lehk-sucks-loh-da

tracks   **(ett) spår**
(et) spohr

train station   **(en) järnvägsstation**
(en) yayrn-vayg-stah-shen

tray   **(en) bricka**
(en) brick-ka

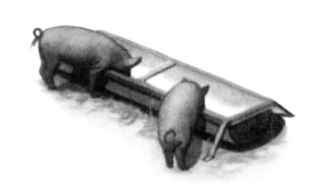

tree   **(ett) träd**
(et) trayhd

trough   **(ett) tråg**
(et) trohg

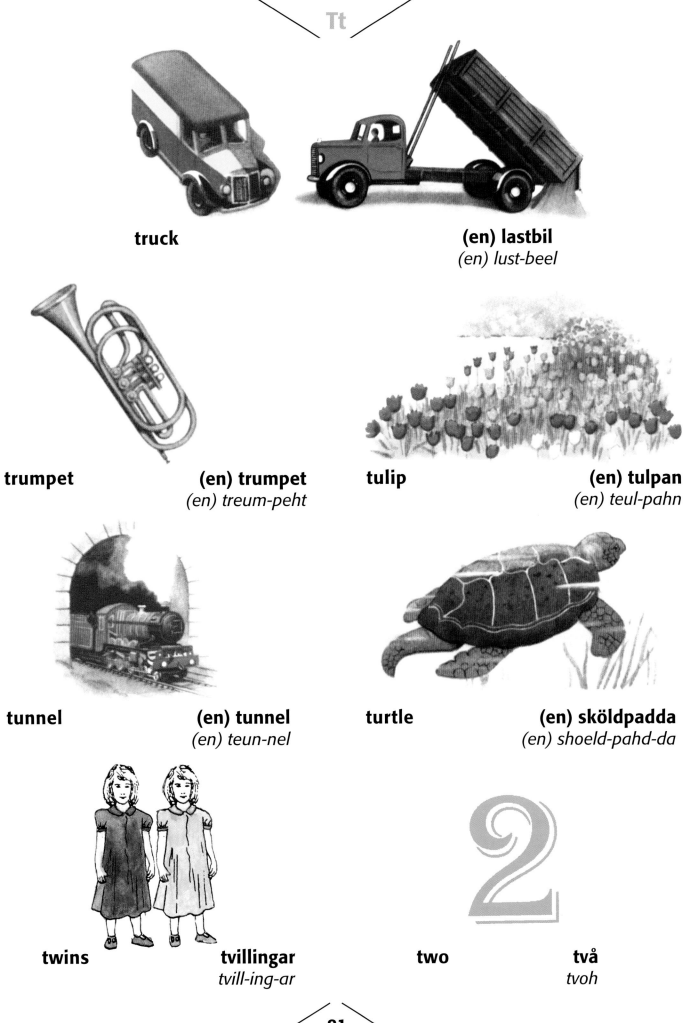

truck   **(en) lastbil**
(en) lust-beel

trumpet   **(en) trumpet**
(en) treum-peht

tulip   **(en) tulpan**
(en) teul-pahn

tunnel   **(en) tunnel**
(en) teun-nel

turtle   **(en) sköldpadda**
(en) shoeld-pahd-da

twins   **tvillingar**
tvill-ing-ar

two   **två**
tvoh

umbrella   **(ett) paraply**   **uphill**   **(en) uppförsbacke**
(et) par-ah-pleu   *(en) eup-foers-buck-keh*

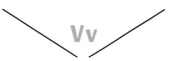
Vv

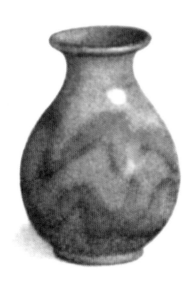

vase   **(en) vas**   **veil**   **(en) slöja**
 (en) vahs   *(en) sloey-ah*

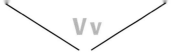

village

(en) by
(en) beuh

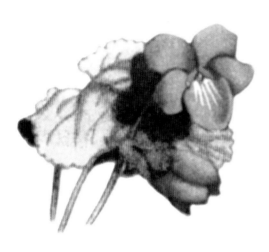

violet

(en) viol
(en) vi-ool

violin

(en) fiol
(en) fi-ool

voyage

(en) resa
(en) reh-sa

waiter　　**(en) servitör**
(en) sayr-vi-toehr

(to) wake up　　**vakna**
vahk-na

walrus　　**(en) valross**
(en) vahl-ross

(to) wash　　**tvätta sig**
tvayt-ta say

watch　　**(ett) ur**
(et) euhr

(to) watch　　**titta på**
tit-tah poh

(to) water   **vattna**
vaht-na

waterfall   **(ett) vattenfall**
(et) vaht-ten-fahll

watering can   **(en) vattenkanna**
(en) vaht-ten-kahn-na

watermelon   **(en) melon**
(en) meh-loon

weather vane   **(en) vindflöjel**
(en) vind-fleuy-el

(to) weigh   **väga**
veh-go

whale **(en) val**
(en) vahl

wheel **(ett) hjul**
(et) yeuhl

wheelbarrow **(en) skottkärra**
(en) scot-chayr-ra

whiskers **(ett) morrhår**
(et) morr-hohr

(to) whisper **viska**
vis-ka

whistle **(en) visselpipa**
(en) viss-el-pea-pa

white   **vit**
veet

wig   **(en) peruk**
(en) peh-reuhk

wind   **(en) vind**
(en) vihnd

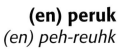

window   **(ett) fönster**
(et) feun-steur

wings   **vingar**
ving-ahr

winter   **(en) vinter**
(en) vin-teur

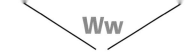

wolf **(en) varg**
(en) var-iy

wood **(en) ved** **word** **(ett) ord**
(en) vehd *(et) oord*

(to) write **skriva**
skree-va

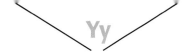

yellow

gul
geuhl

Zz

zebra

(en) sebra
(en) seh-bra

A

ägg (ett) egg
äggplanta (en) eggplant
akvarium (ett) aquarium
alfabet (ett) alphabet
alligator (en) alligator
ananas (en) pineapple
and (en) duck
ansikte (ett) face
anslagstavla (en) bulletin board
anteckningbok (en) notebook
antilop (en) antelope
apa (en) monkey
apelsin (en) orange
äpple (ett) apple
åra (en) oar
armbåge (en) elbow
armband (ett) bracelet
åsna (en) donkey
äta (to) eat
åtta eight

B

badstrand (en) beach
bagare (en) baker
båge (en) arch
baggage (ett) luggage
ballong (en) balloon
bälte (ett) belt
banan (en) banana
bänk (en) bench
bära (to) carry
båt (en) boat
bäver (en) beaver
ben (ett) leg
ben (ett) bone
berg (ett) mountain
bi (ett) bee
bil (en) car
björn (en) bear
blå blue
blomma (en) blossom

blomma (en) flower
blyertspenna (en) pencil
bo (ett) nest
bok (en) book
boll (en) ball
bord (ett) table
borste (en) brush
brasa (en) fire
bricka (en) tray
bro (en) bridge
bröd (ett) bread
brödrost (en) toaster
bror (en) brother
brun brown
by (en) village

C

choklad (en) chocolate
cirkus (en) circus
citron (en) lemon
clown (en) clown
cykel (en) bicycle

D

dansa (to) dance
datum (ett) date
delfin (en) dolphin
docka (en) doll
dockhus (ett) dollhouse
dra (to) pull
drake (en) dragon
dricka (to) drink
drottning (en) queen
dusch (en) shower
duva (en) pigeon
dyna (en) pillow

E

ekorre (en) squirrel
elefant (en) elephant
en, ett one
eskimå (en) Eskimo

F

fågel (en) bird
fågelbur (en) birdcage
fallskärm (en) parachute
fält (ett) field
får (ett) sheep
far (en) father
färg (en) paint
"farväl" "Good-bye"
fem five
ficklampa (en) flashlight
finger (ett) finger
fingerborg (en) thimble
fiol (en) violin
fisk (en) fish
fiska (to) fish
fiskmås (en) seagull
fjäder (en) feather
fjäril (en) butterfly
fladdermus (en) bat
flagga (en) flag
fläkt (en) fan
flaska (en) bottle
flicka (en) girl
flod (en) river
flyga (to) fly
flygplan (ett) airplane
flyta (to) float
folk (ett) people
fönster (ett) window
fönsterlucka (en) shutter
fot (en) foot
frimärke (ett) stamp
frukost (en) breakfast
frukt (en) fruit
fyr (en) lighthouse
fyra four

G

gå över (gatan) (to) cross
gaffel (en) fork
gammal old
gardin (en) curtain
gås (en) goose
gåva (en) present
ge (to) give
get (en) goat
giraff (en) giraffe
gitarr (en) guitar
glas (ett) glass
glasögon glasses
glass (en) ice cream
glödlampa (en) lightbulb
gömma sig (to) hide
"gonatt" "Good night"
gran (en) fir tree
gräshoppa (en) grasshopper
gräsklippare (en) lawn mower
gråta (to) cry
grävling (en) badger
gris (en) pig
groda (en) frog
grön green
grotta (en) cave
gul yellow
guldfisk (en) goldfish
gummibåt (en) raft
gunga (en) swing
gungbräda (en) seesaw
gurka (en) cucumber

H

haj (en) shark
hälla (to) pour
hallon (ett) raspberry
halsband (ett) necklace
halsduk (en) scarf
hammare (en) hammer
hamster (en) hamster
hand (en) hand

handduk (en) towel
handske (en) glove
handväska (en) handbag
hänglås (ett) padlock
hängmatta (en) hammock
häst (en) horse
hästsko (en) horseshoe
hatt (en) hat
herde (en) shepherd
hjärta (ett) heart
hjort (en) deer
hjul (ett) wheel
hö (ett) hay
holme (en) island
höna (en) hen
honung (en) honey
hoppa (to) jump
horn (ett) antlers
horn (ett) horns
höst (en) autumn
humla (en) bumblebee
hummer (en) lobster
hund (en) dog
hundkoja (en) doghouse
hundvalp (en) puppy
hus (ett) house
huvudbonad (en) headdress

I

igelkott (en) hedgehog
instrument (ett) instrument
iris (en) iris
isbit (en) ice cubes
isbjörn (en) polar bear

J

jacka (en) jacket
järnvägsstation (en) train station
jockej (en) jockey
jonglör (en) juggler
jordglob (en) globe
jordgubbe (en) strawberry
julgran (en) Christmas tree

K

kafé (ett) café
kaktus (en) cactus
kål (en) cabbage
källke (en) sled
kam (en) comb
kamel (en) camel
kamera (en) camera
känguru (en) kangaroo
kanin (en) rabbit
kanot (en) canoe
kappa (en) coat
kapten (en) captain
karamell (en) candy
kärna (en) pit
karta (en) map
katt (en) cat
kattunge (en) kitten
käx (ett) cracker
kikare (en) binoculars
kiselsten (en) pebble
klänning (en) dress
klättra (to) climb
klocka (en) bell
klossar blocks
knappnål (en) pin
kniv (en) knife
knut (en) knot
knyta (to) tie
knytnäve (en) fist
ko (en) cow
koalabjörn (en) koala bear
kokosnöt (en) coconut
kompass (en) compass
korg (en) basket
kork (en) cork
korn (ett) barley
körsbär (ett) cherry
kort (ett) card
krama (to) hug
krona (en) crown
krypa (to) crawl
kuvert (ett) envelope

kvast (en) broom
kvist (en) branch
kylskåp(ett) refrigerator

L

laga mat (to) cook
lamm (ett) lamb
lampa (en) lamp
lapa (to) lap
lapp (en) patch
lås (ett) lock
läsa (to) read
lastbil (en) truck
lavendel (en) lavender
leende (ett) smile
lejon (ett) lion
leka (to) play
leksakslåda (en) toy box
linjal (en) ruler
liten small
lodjur (ett) lynx
lök (en) onion
lokomotiv (ett) engine
lönnblad (ett) maple leaf
löv (ett) leaf
lunch (en) lunch
lyssna (to) listen

M

magasin (ett) magazine
magnet (en) magnet
majs (en) corn
målare (en) painter
måne (en) moon
mask (en) mask
maskros (en) dandelion
mata (to) feed
matros (en) sailor
matta (en) carpet
melon (en) watermelon
mjölkbud (ett) milkman
möbler furniture
moln (ett) cloud
mor (en) mother

morfar; farfar (en) grandfather
mormor; farmor (en) grandmother
morot (en) carrot
morrhår (ett) whiskers
mössa (en) cap
motorväg (en) highway
mun (en) mouth
mus (en) field mouse
mus (en) mouse
musik (en) music

N

näbbdjur (ett) platypus
naken naked
näktergal (en) nightingale
nål (en) needle
näsduk (en) handkerchief
nio nine
noshörning (en) rhinoceros
nöt (en) nut
nummer (ett) number
nyckel (en) key
nyckelpiga (en) ladybug

O

oceanångare (en) ocean liner
öga (ett) eye
öken (en) desert
öppen open
ord (ett) word
orm (en) snake
ormbunke (en) fern
örn (en) eagle
ost (en) cheese
oxe (en) ox

P

paj (en) pie
palm (en) palm tree
panna (en) pot
papegoja (en) parrot
papper (ett) paper
paraply (ett) umbrella

park (en) park
päron (ett) pear
pass (ett) passport
pelargonia (en) geranium
pelikan (en) pelican
pengar money
persika (en) peach
peruk (en) wig
piano (ett) piano
pil (en) arrow
pingvin (en) penguin
plocka (to) gather
plocka (to) peck
plommon (ett) plum
pojke (en) boy
ponny (en) pony
port (en) gate
potatis (en) potato
pumpa (en) pumpkin
pussel (ett) jigsaw puzzle
pyjamas (en) pajamas

R

racket (en) racket
radio (en) radio
rädisa (en) radish
rädsla (en) fear
raket (en) rocket
ram (en) frame
räv (en) fox
regn (ett) rain
regnbåge (en) rainbow
regnrock (en) raincoat
rep (ett) rope

Y

U

V

Folk Tales from Bohemia
Adolf Wenig
This folk tale collection is one of a kind, focusing uniquely on humankind's struggle with evil in the world. Delicately ornate red and black text and illustrations set the mood.
Ages 9 and up
90 pages • red and black illustrations • 5 1/2 x 8 1/4 • 0-7818-0718-2 • W • $14.95hc • (786)

Czech, Moravian and Slovak Fairy Tales
Parker Fillmore
Fifteen different classic, regional folk tales and 23 charming illustrations whisk the reader to places of romance, deception, royalty, and magic.
Ages 12 and up
243 pages • 23 b/w illustrations • 5 1/2 x 8 1/4 • 0-7818-0714-X • W • $14.95 hc • (792)

Glass Mountain: Twenty-Eight Ancient Polish Folk Tales and Fables
W.S. Kuniczak
Illustrated by Pat Bargielski
As a child in a far-away misty corner of Volhynia, W.S. Kuniczak was carried away to an extraordinary world of magic and illusion by the folk tales of his Polish nurse.
171 pages • 6 x 9 • 8 illustrations • 0-7818-0552-X • W • $16.95hc • (645)

Old Polish Legends
Retold by F.C. Anstruther
Wood engravings by J. Sekalski
This fine collection of eleven fairy tales, with an introduction by Zymunt Nowakowski, was first published in Scotland during World War II.
66 pages • 7 1/4 x 9 • 11 woodcut engravings • 0-7818-0521-X • W • $11.95hc • (653)

Folk Tales from Russia
by Donald A. Mackenzie
With nearly 200 pages and 8 full-page black-and-white illustrations, the reader will be charmed by these legendary folk tales that symbolically weave magical fantasy with the historic events of Russia's past.
Ages 12 and up
192 pages • 8 b/w illustrations • 5 1/2 x 8 1/4 • 0-7818-0696-8 • W • $12.50hc • (788)

Fairy Gold: A Book of Classic English Fairy Tales
Chosen by Ernest Rhys
Illustrated by Herbert Cole
Forty-nine imaginative black and white illustrations accompany thirty classic tales, including such beloved stories as "Jack and the Bean Stalk" and "The Three Bears."
Ages 12 and up
236 pages • 5 1/2 x 8 1/4 • 49 b/w illustrations • 0-7818-0700-X • W • $14.95hc • (790)

Tales of Languedoc: From the South of France

Samuel Jacques Brun

For readers of all ages, here is a masterful collection of folk tales from the south of France.

Ages 12 and up

248 pages • 33 b/w sketches • 5 1/2 x 8 1/4 • 0-7818-0715-8 • W • $14.95hc • (793)

Twenty Scottish Tales and Legends

Edited by Cyril Swinson

Illustrated by Allan Stewart

Twenty enchanting stories take the reader to an extraordinary world of magic harps, angry giants, mysterious spells and gallant Knights.

Ages 9 and up

215 pages • 5 1/2 x 8 1/4 • 8 b/w illustrations • 0-7818-0701-8 • W • $14.95 hc • (789)

Swedish Fairy Tales

Translated by H. L. Braekstad

A unique blending of enchantment, adventure, comedy, and romance make this collection of Swedish fairy tales a must-have for any library.

Ages 9 and up

190 pages • 21 b/w illustrations • 51/2 x 81/4 • 0-7818-0717-4 • W • $12.50hc • (787)

The Little Mermaid and Other Tales

Hans Christian Andersen

Here is a near replica of the first American edition of 27 classic fairy tales from the masterful Hans Christian Andersen.

Ages 9 and up

508 pages • b/w illustrations • 6 x 9 • 0-7818-0720-4 • W • $19.95hc • (791)

Pakistani Folk Tales: Toontoony Pie and Other Stories

Ashraf Siddiqui and Marilyn Lerch

Illustrated by Jan Fairservis

In these 22 folk tales are found not only the familiar figures of folklore—kings and beautiful princesses—but the magic of the Far East, cunning jackals, and wise holy men.

Ages 7 and up

158 pages • 6 1/2 x 8 1/2 • 38 illustrations • 0-7818-0703-4 • W • $12.50hc • (784)

Folk Tales from Chile

Brenda Hughes

This selection of 15 tales gives a taste of the variety of Chile's rich folklore. Fifteen charming illustrations accompany the text.

Ages 7 and up

121 pages • 5 1/2 x 8 1/4 • 15 illustrations • 0-7818-0712-3 • W • $12.50hc • (785)

All prices subject to change. **To purchase Hippocrene Books** contact your local bookstore, call (718) 454-2366, or write to: HIPPOCRENE BOOKS, 171 Madison Avenue, New York, NY 10016. Please enclose check or money order, adding $5.00 shipping (UPS) for the first book and $.50 for each additional book.